AF449792

பூட்டும் சாவியும்

மணிமேகலை

புக் பென்சர்ஸ்

பூட்டும் சாவியும்
ஆசிரியர் © மணிமேகலை

முதற்பதிப்பு 2021
பக்கங்கள் 99

Published by Book Benchers 2021
Copyright © Manimekalai 2021
All Rights Reserved.

ISBN 978-935533-127-4

ThebookBenchers@gmail.com

Contact 9944992571

Affliated By
Aelay Publish
www.aelaypublish.com

மணிமேகலை

அணிந்துரை

தமிழன்னையின் சிறகுகளின் அரவணைப்பில் தமிழ் பால் உண்ட நாற்பது இறகுகள் இணைந்து படைத்த பூட்டும் சாவியும் அழகான இளம் தளிர். தமிழின் உச்சமாம் பனிமலையில் நின்ற தமிழ் மக்களோடு உலாவ நினைத்து தண்ணீராக ஓடி வரும்போது இணைந்தது பூட்டும் சாவியும். இதில் உள்ள கவிதைகள் அகலமான பட்டையான வானவில் போன்றும் பரந்த கடலில் சிறு தீவு போன்றும் மனதைக் கொள்ளை கொள்கிறது. அனைத்துக் கவிதைகளையும் விவரிக்க ஆசை தான். முடியாதென்பதால் மறக்க முடியாத பல வரிகளில் ஒன்றை மட்டும் சொல்ல விரும்புகிறேன்.

"தமிழுக்கு இலக்கணமும் புனைந்திட்டேன்" தமிழுக்கே இலக்கணம் புனைவது தமிழுக்குப் பெருமையல்லவா! கவிதைகளில் கற்பனைத் திறனும் சொற் சிலம்பம் ஆடுவதும் அழகான அணி சேர்க்கிறது. நிலக்கரியாகப் புதைந்து வைரமாக மாறி இருக்கும் திறமைகளை வெளிப்படுத்துவதற்கு ஒரு சாதனமாக அமைந்தது பூட்டும் சாவியும். ஒருவரை ஒருவர் மிஞ்சி தடம் சமைத்து கவிதை எழுதியுள்ளது சிறப்பு. மலரினைத் தூவி சுற்றிச் சுற்றி நாற்பது முத்துக்களைக் கோர்த்து வைரமாலையாகப் பழமையில் இருந்து புதுமைக்குத் தாவி கவிதைகளாக வெளிப்படுத்தியது அழகான கலை. அணிந்துரை எழுதியவர் யாதிரா. இவர் பிரதிலிபியின் புகழ்பெற்ற எழுத்தாளர் ஆவார்.

மணிமேகலை

அடைப்புக்குறிகளில் அடைபட்டே
இருக்கவா பிறந்தோம் ?
ஆச்சரியத்துடன் பார்க்கப்பட வேண்டியவர்களை ஒன்று
திரட்டி
""பூட்டும் சாவியும் ""என்ற தலைப்போடு
பூட்டப்பட்டிருந்த எண்ணக்குவியல்களின் சாவியை
செதுக்கியதே இந்த புத்தகப்பதிவு.

தொகுப்பாளர்

இவரின் மகள் இவர், இவரின் மனைவி இவர், இவரின் தாய்
இவர் என பெரும்பாலான நேரங்களில்

மற்றோருவரின் அடையாளத்தையே பெண் சுமக்க
வேண்டியுள்ளது.

பெண் என்பவளிடம் பல பூட்டுகளை திறக்கும் திறவுகோல்
இருந்தாலும் அவள் ஏதோ ஒன்றிற்கு யாரோ ஒருவரை
சார்ந்தே இருக்க வேண்டியுள்ளது. கருத்துச்சுதந்திரம்
பூட்டப்பட்டு உணர்வுக்கூட்டினுள் அடைபட்டு விதிக்கப்பட்ட
வேலைகளை தினமும் சலிக்காது செய்து சலித்துப்போய்
விலாசம் தொலைத்தவர்களின் வாழ்க்கையையும்
வலிகளையும் மறைக்கவோ மறுக்கவோ முடியாது.

தொழில்நுட்பத்தின் பரிணாமத்தில்
வலிகளை கொஞ்சம் பகிர்ந்துதான் பார்ப்போமென
சுதந்திரக்காற்றை சுவாசிக்க சிறு சிறகுகளோடு
சிலமணித்துளிகளாவது பறக்க நினைக்கும் மனங்களின்
மிகச்சிறிய மிகச்சரியான ஆசையே இந்த புத்தகம்
தொகுக்க காரணம், தொகுப்பாளரை போன்ற பலரின்
எண்ணக்குவியலின் தொகுப்பே இப்பூட்டும் சாவியும்.

மணிமேகலை

தமிழ் அன்னையின் ஆபரணங்களில் ஒன்றான
மேகலையின் பெயரை தாங்கியவர். தமிழ் மேல் கொண்ட
காதலோ அல்லது இவரது மண்ணின் மைந்தன் பாரதியின்
மேல் கொண்ட மையலோ ஏதோ ஒன்று கவி கிறுக்க
தூண்டியது. கவிதை என்னும் பெருங்கடலில் நீச்சல் பழகும்
சிறு பிள்ளை இவர்.அவரே மணிமேகலை என்னும் நாமம்
கொண்டவர் இப்புத்தகத்தின் தொகுப்பாளர்.

தான் பசியிலிருந்தாலும் தன் பிள்ளை
பசியில் ஒரு நாழிகை கூட வாடக்கூடாது
என தவிக்கும் தாயுள்ளம் கொண்ட
விவசாயிகளின் துயர் துடைக்க
வேண்டும் ஓர் திறவுகோல்!

தன் துணையிடம் நல் மனதை
மட்டும் எதிர்பார்க்கும் வாழ்க்கை
துணை அமைய
வேண்டும் ஓர் திறவுகோல்!

அரசியல் வேண்டாம் என இளைஞர்கள்
ஒதுங்காமல் தன் திறமையை காட்டி
எதிர்கால சந்ததிக்கு ஓர் எடுத்துக்காட்டாய் விளங்க
அவன் மனம் திறக்க

வேண்டும் ஓர் திறவுகோல்!

நாலு பேர் நாலு விதமா சொல்வாங்க
என்ற வார்த்தைக்குள் அடைக்கப்பட்டுள்ள
பலரின் வாழ்வை திறக்க
வேண்டும் ஓர் திறவுகோல்!

ஆண் பெண் கலந்த கலவையான
திரு நங்கைகளுக்கும், நம்பிகளுக்கும்
சுயமரியாதை அளிக்க சமூகத்தின்
பலர் மனதை திறக்க
வேண்டும் ஓர் திறவுகோல்!

மணிமேகலை

🔒 மதுவில் மயங்கி மரணத்தை நாடல்
🔑 வே.கனிமொழி

🔒 நம்புங்கள்
🔑 உமாதேவி வீராசாமி

🔒 சொல்லடி சிவசக்தி!
🔑 பா.கவுசிகா (பார்கவி)

🔒 மௌன மொழியில் காதல்
🔑 செல்வி. சிவகுமார் தேவமலர்

🔒 இவை தொடரும்
🔑 ம..சுதா

🔒 பூட்டிய மனக்கதவு
🔑 விஜிதேவி "ரெவி"

🔒 பதின்மத்தின் கனவுகளில்
🔑 சுசீலா சிவா

மணிமேகலை

மணிமேகலை

🔒 காதல் தடை செய்யப்பட்டுள்ளது
✎ ச.சுரேஷ்

🔒 வாழ்க்கை வாழ்வதற்கு
✎ ச. நர்மதா

🔒 அடங்காத மனம்
✎ நாமக்கல் செந்தில்

🔒 சமுதாயத்துள் ஒரு பெண்ணாக
✎ மு. மாரிச்செல்வி "குட்டிக்கவிதையாழினி"

🔒 ஒரு பெண்ணின் மனது
✎ கவிஞர் ஜவகர்

🔒 அன்றே கணித்த நான்
✎ த.சிந்துகவி

🔒 மண்ணின் மைந்தன்
✎ ப.ஹரிணி (kaviyin kadhali)

🔒 நான் யார்?
✎ கா. அ. பாத்திமா ஜாப்ரின்

🔒 துணிவு கொள்
✎ கவிஞர் கோகுல் காளியப்பன்

🔒 சீதனச் சிறை
✎ நந்தினி

🔒 இரகசிய கனவு
🔑 ரஞ்சனி பழனிசாமி

🔒 திறவுகோல்!
🔑 மாதவன் நாராயணன்

🔒 பொறுப்பற்ற சமூகம்
🔑 ரேவதி பால்மாணிக்கம்

🔒 வேண்டும் ஓர் சாவி
🔑 கனகராஜ் G K

🔒 மர்ம பெண்ணே
🔑 அன்பரசன்

🔒 அமிர்தம்
🔑 மலர்

மதுவில் மயங்கி மரணத்தை நாடல்

மதுவின் மயக்கத்தில் மயங்கி கிடந்து!
பாட்டன் கட்டிய கோவிலை மதிக்காது;மிதித்து!
தாய், தந்தையை அரவணைக்காது; அவமதித்து!

அவர்கள் உழைப்பை ஊதியமாக வைத்து!
மது எனும் மாயை,புகை எனும் போதையில் வீழ்ந்து!

நாளை நாளை என்று இருந்தால்,
நாளை உம்முடையதா? இல்லை எமனுடையதா?

தாயோ வருத்தத்தில் வாட!
தந்தையோ வறுமையில் வாழ!
அவனோ ஆணவத்தில் ஆட!

அவனின்,
செயலை காணாது
தந்தையோ கடவுளை நாட!
தாயும் அவரைப் பின் தொடர்ந்து செல்ல!

அவனோ;
தனித்து வாழும் நிலையை அடைய!
உடலில் தெம்பும் இல்லை!
உள்ளத்தில் உறுதியும் இல்லை!

ஒரு கவளம் கூட உண்ண வழியில்லை!
என்பதை சொல்லவும் முடிவதில்லை!

மயங்கி இருக்கின்றான்
இந்த மயக்கம் வேறு!

மயக்கம் மரணத்தின்
விளிம்பையும், வாழ்வின் அர்த்தத்தையும் உணர்த்தியது!
உள்ளம் விழித்தது! உணர்வும் விழித்தது!
கண்களில் நீர் வழிந்தது!

பூட்டிற்கு தகுந்த சாவியில்லையேல்
பூட்டை உடைக்கத்தான் வேண்டும்!
பூட்டிற்கு தகுந்த சாவி இருந்தால்
திறப்பது எளிது!

அதுபோலத்தான் வாழ்க்கையும்
முறையற்று வாழ்ந்தால் முடிவும்
முறையற்று தான் இருக்கும்!

முறையாக வாழ்ந்தால் முடிவும்
முறையானதாகவே அமையும்!

வே.கனிமொழி

நம்புங்கள்

உலகில் பிறந்த உயிர்கள் அனைத்தும்
இறைவன் படைப்பே நம்புங்கள்
ஒருவர் கீழே மற்றவர் இல்லை
என்றே என்றும் நம்புங்கள்!

ஓடும் இரத்தம் சிவப்பு என்றே
ஐயம் இன்றி நம்புங்கள்
உலகில் பிறந்தோர் அனைவரும் சமமே
அன்பு கொண்டு நம்புங்கள்!

உயிரின் மதிப்பு உலகில் ஒன்றே
உள்ளம் மகிழ நம்புங்கள்
இகழ்ந்து திரிதல் இறைமைக்கு எதிர்ப்பே
இதயம் நிறைய நம்புங்கள்!

உயிரை மதிப்போர் உள்ள வரையில்
உறவு நிலைக்கும் நம்புங்கள்
உரிமை தந்து வாழ்வோர் நிறைந்தால்
உலகம் சிறக்கும் நம்புங்கள்!

இன்று உள்ளோர் நாளை இல்லை
இதுதான் உண்மை நம்புங்கள்!

இறுதி வாழ்க்கை இறைவன் தாளில்
இனிதே நீங்கள் நம்புங்கள்!

இதுவே கொள்கை இதுவே வாழ்க்கை
உண்மை உரைப்பேன் நம்புங்கள்!

என்றும் வாழ்வில் இதைத்தான் தொடர்வேன்
இனியாள் என்னை நம்புங்கள்!

🔒உமாதேவி வீராசாமி

சொல்லடி சிவசக்தி!

கல்லறைக்கு சத்தம் கேட்குமா?
காதல் பரிசு எதிர்பார்க்குமா?
முன்பின் தெரியாத
முகங்களிடம் முன்விரோதம் மூளுமா?
முன்ஜென்ம காதல் உண்மைதானா?

பூவெல்லாம் புன்னகைக்குமா?
பட்டாம் பூச்சிகள் எல்லாம்
பல்லவி பாடுமா?
அலை ஓசை காதில் கேட்குமா?
அன்பு அனாதையாகித்தான் அலையுமா?

உடைந்த கண்ணாடி
உருவம் கொள்ளுமா?
ஒளியற்ற நிலவில் ஒளி வீசுமா?

கண்கள் மோதிக்கொள்ளுமா?
காதல் மோகம் பெறுமா?
கனவு தட்டியெழுப்புமா?
கண்ணீர் காட்டிக்கொடுக்குமா?
காதல் கப்பம் கட்டுமா?
கண்ணீர் வேலி போடுமா ?

நினைவுகள் நினைக்க மறுக்குமா?
மறந்திட மட்டும் மறக்குமா?
மறந்தும் உன்னை நினைக்குமா?
நினைத்து நினைத்து நிம்மதி இழக்குமா?

தேடல் தீர்ந்து போகுமா?
காதல் தேர்வு நடத்துமா?
காயம் மருந்து போடுமா?
உண்மை மறைத்து பேசுமா ?
மறைத்தும் உண்மை பேசுமா?

நிழல் தனியே நடக்குமா?
காதல் கூண்டிலில் அடைக்குமா?
காதல் காரணம் பார்க்குமா?
இல்லை கழற்றி விடுமா?
காலம் நின்று போகுமா?
இல்லை முடிந்து போகுமா?

காதல் தூண்டில் போடுமா?
இல்லை தூக்கி எறியுமா?
காற்று கரைந்து போகுமா?
இல்லை கலைந்து போகுமா?
காதல் கண்டதை கேட்குமா?
இல்லை கண்டும்
காணாமல் சிரிக்குமா?

காதல் ஏறெடுத்து பார்க்குமா?
இல்லை வேரோடு பிடுங்குமா?
காதல் விருந்து வைக்குமா?
இல்லை வேதனை அளிக்குமா?
காதல் விட்டுக்கொடுக்குமா?
இல்லை விலகி நிற்குமா?

காதல் துணிவு அளிக்குமா?
இல்லை துவண்டு விழுமா?
காதல் மறந்து போகுமா?
இல்லை என்று மறுத்து பேசுமா?

காதல் நாமம் போடுமா?
இல்லை நம்பிக்கை ஊட்டுமா?
காதல் குழி பறிக்குமா?
இல்லை குண்டு வீசுமா?

பூட்டு சாவியைக் கேட்குமா?
ஏன் இத்தனை கேள்வி என்று ?
மனக்குரல் மௌனம் சாதிக்குமா?
இல்லை மாட்டித் தவிக்குமா?
இல்லை மன்னித்துவிடுமா?

🔒பா.கவுசிகா (பார்கவி)

மௌன மொழியில் காதல்

ஆகாய வெண்ணிலாவே!
ஆண்டவனின் அன்பளிப்பானவளே!
அன்னை வடிவானவள்
அழகே உருவானவள் - அன்று
அவளது சலங்கைகளுக்கு இடையில் ஒரே
சலசலப்பும் சண்டையும் - அன்ன மகளின்
அன்ன நடையழகை - அவைகளும்
அண்ணாந்து பார்த்தனவோ?

உன்னைப் பார்த்து எனை மறந்தேன் - உன்
விழி பார்த்து பேச வீரமின்றி
விழிக்கிறேன் - தினம் தினம்
வியர்வையில் குளிக்கிறேன்

குருதிக் கலங்களில் பருதி மட்டத்தில்
பாரிய மாற்றம்

இருதய விட்டத்தின் அசைவிலே
ஏனோ இன்று அவள் பெயர்
இதயவறையின் திறவுகோல் அவளாக
இதயவாசல் திறந்தாள்
எங்கும் நிறைந்தாள்
மலரினில் அமுதாய் - என்
மனதினில் அவளாய் - என்றுமே
இனித்தாள்

வியாக்கியானம் செய்பவரும் சிக்கித்
தவிக்கும் தருணமது - அது
அவள் விழிகளுக்கு மேல்
நர்த்தனம் புரிகின்ற நடராசர்
வளைவான வானவில் புருவங்களுக்கு
விளக்கம் தரும் நேரம் - என்ன சொல்ல
என்னால் வியாக்கியானம் சொல்ல
முடியாமல் மூர்ச்சிக்கிறேன்
முயன்றுதான் பாருங்களேன் - நீரும்
என்போல் முதிர்ச்சி பெறலாம்
இளமைக் காதலிலும் காலத்திலும்!

என்னால் முடிந்த மட்டும் - எளிய
முயற்சியில் என்னவளுடன்
கனவுலகத்தில் மௌன மொழியில்
தினம் தினம் காதல் சொன்னேன்
பதில் இல்லை - அவளிடத்தில்!

 செல்வி. சிவகுமார் தேவமலர்

இவை தொடரும்

தென்றல் சில்லென்று
மொட்டை தொட்டு மலரானது
கடற்சிப்பி வாய் திறந்து
முத்தை சிரிக்க செய்தது !

கார்மேகம் விண்ணை பிளந்து
மழை பொழிந்தது
புனல் தானாய் அடைந்து
வானவில்லை ஒளிர வைத்தது !

பால்வெளி வெடித்து சிதறி
அண்டவெளி படைத்தது
நெருப்பு பிழம்பு குளிர்ந்து
கடல் கிடைத்தது !

சூரிய ஒளி திருடி
இரவில் நிலவு உதித்தது
கடும் தவம் கொண்டே
ஆகாச கங்கை பிறந்தது !

கருவறையில் சிசு
இருளிலும் ஒளிர்கிறது
பிரசவ வாசம் பிரிந்தே
உலகிற்கு பிரகாசமானது!

மணிமேகலை

விதை மண்ணை உடைத்தே
விருட்சம் மலர்கிறது
எண்ணப் பூட்டை தட்டி
திறக்க செயலாய் உருப்பெறும்!

ஆதியும் அந்தமும்
பிறப்பும் இறப்பும்
உயிரும் உணர்வும்
இரட்டைப் பிறவிகளாய்
முடக்கமும் திறப்பும்
பூட்டும் சாவியும்
ஒன்றோடு ஒன்றாக
தொடரும் கால ஓட்டத்தே!

🔒ம.சுதா

பூட்டிய மனக்கதவு

வெள்ளி மனம் வீதியில்
வீழ்ந்து துவழ்ந்து மாறா அறிவுடன்
வாஞ்சை கொண்ட பேரன்பில்
விழுந்த பின்னும் வெளியே
வர முடியாத பூட்டை பூட்டி
சாவியை மறைத்தேன் தோழி

பெரும் பிறவி எடுத்து செய்யாத
செய்கை செய்து போகாத ஊருக்கு
வழியை தேட பூட்டு அது உடைபடும்
நேரம் சாவியும் விழிக்கும் தோழி

ஆசை அளவில்லாமல் பூசி
எனக்கோர் முகம் புனைந்தேன்
நிகழ்கால நினைவுகள் சில
சாயம் கரைய

பூட்டிய மனக்கதவுகள்
திறந்து உண்மையை கண்டுணர்கின்றன
விழிப்புடன் சாவியும் தோழி

விஜிதேவி "ரெவி"

பதின்மத்தின் கனவுகளில்

பள்ளிச்சீருடை அணிந்த பதின்ம பருவத்தே
ஆசிரியை நீ என்னவாக ஆகுவாயென
கேட்ட போதினில்
அவர் கற்பித்த வரலாற்று
நாயகர்கள்

எந்தன் உள்மனதுக்குள் ஊடாடி
சித்திரமாய்
அகம் புகுந்து உள்மனதில்
பொதிந்து
உறங்கா விழிதனில் கனவுகளாய்
ஜனித்து

அவர்களாக வாழ்ந்து வெற்றியையும்,
தோல்வியையும் ருசித்து பார்க்க சொன்னார்கள்!

பார்த்திபன் கண்ட கனவை
நனவாக்க முனைந்திட்டேன்
தோல்வியை சுவைத்தே வீரமரணம் அடைந்திட்டேன்!
சேர,சோழ, பாண்டியர்களாய்
வலம் வந்தே எம் தமிழ்மண்ணை
விஸ்தரித்தேன்!
சங்ககால புலவர்களாய் எம் தமிழன்னைக்கு
புகழ் மாலைசூட்டிட்டேன்
தமிழுக்கு இலக்கணமும் புனைந்திட்டேன்!

வீரமங்கை வேலுநாச்சியாராய் வாள்வீசி பகைவர்களின்
சிரம் கொய்தேன்
ஜான்சி ராணியாய் வெண்புரவியில்
வலம்வந்தே அநீதிகளை அழித்திட்டேன்!

கட்டபொம்மனாய் கர்ஜித்து திரை
மறுத்து தூக்கு கயிற்றினை முத்தமிட்டேன்
வாஞ்சி நாதனாய் பறங்கியனை
பந்தாடினேன்

திருப்பூர் குமரனாய் எம் தேசியகொடி காத்திட்டேன்!
செக்கிழுத்தும் பார்த்தேன்
விடுதலை கவி பாடி பார்த்தேன்!
இன்னும் இன்னும் சுதந்திர காற்றை
சுவாசிக்க போராடிய அத்தனை
தியாகிகளாகவும் வாழ்ந்திட்டேன்!
அத்துணையும் எந்தன் அகஅடுக்குகளில் பொதித்து
அணுஅணுவாய் ரசித்து பார்க்கிறேன்
வேதனைகளையும் உணர முயற்சித்து தோற்கிறேன்!

மணிமேகலை

இன்றும் அநீதிகளை பார்க்கும்
போதெல்லாம்
எரிசின கொற்றவை ஆகிறேன்
அகதின்னுள்ளே
அதனை அடங்கவும் சொல்கிறேன்
அடங்கமறுக்கவும் சொல்கிறேன்
எந்தன் மனதில் நிழலாட்டம் போடும் நாயகர்களை!

ஆயினும்
அநீதி காணும் போதெல்லாம்
எந்தன் அகம் திறந்து
அவர்களை வெளியேற்றி அதர்மம் அழிக்க சொல்லும்
திறவுகோல் எதுவென அறியாது
தொய்ந்து போகிறேன்!

🖋 சுசீலா சிவா

தீர்வெனும் திறவுகோல்

பூட்டிய கதவு திறக்கும்
வரைதான் அதன்பின் என்ன
இருக்குமோ!
என்ற பயமும் நடுக்கமும்
கதவு திறந்து விட்டால்
பயமதுவும் பறந்து விடும்!

பிரச்சனை என்று ஒதுங்கும்
வரை நம்மை ஓட ஓட
விரட்டிடவே செய்யும் அதற்கான
தீர்வு நம் கைவரும் போதினில்
நமைகண்டு ஓடிடா பிரச்சனைகள்
உண்டா என்ன?

பூட்டிய ஒவ்வொரு கதவிற்கும்
ஒரு திறவுகோல் தீர்வாய்
வருமெனில்
நம் மனதடைக்கும் பிரச்னைக்கும் தீர்வு உண்டுதானே!

எப்போதும் நமை பூட்டி
வைத்திட வரும் இடர்பாடுகளை
அதற்கான தீர்வெனும் திறவுகோல்
கொண்டே இன்னல்களையும் இடர்பாடுகளையும்
முறியடிக்க முனைந்திடுவோம்!

சுசீலா சிவா

அகம் நிலைத்த நினைவு

அதுஒரு சாரல் மழைகால
பொழுது
சலசலத்து பால்சிரிப்பினில்
தவழ்ந்தோடி வரும்
அழகுநதி என்கால் நனைத்த
சிலிர்ப்பில்
மெய்மறந்தே என்விழி அதன்மீதே
நிலைத்திருக்க!

சட்டென்று ஏதோ உணர்வு
எனைதீண்டிட
எந்தன் விழிதனை சுழல
விட்டேன்!
அருகே ஓர் ஆடவனின்
குறுகுறுத்த
பார்வை எனை உரசி
சென்றிடவே!

கோபம் கொள்ளவில்லை
நான்
மாறாக மனம்கரைந்தே தலை
கவிழ்ந்தேன்
ஏனெனில் என்னவனின் முதல்
சந்திப்பு அன்றோ

மனமும் உணர்வும் பட்டபாட்டினை
என்னவென்று சொல்வேன்!

மனம் சிலிர்த்த நினைவுகளை
அகம் வைத்தே பூட்டிட்டேன்
யாரும் அறியாமலே இன்னும்
நான் மட்டுமே ரசித்திட
திறவுகோலையும் தொலைத்து
விட்டேன்
யாரும் திறந்து விடாமல்
இருந்திட

🔒சுசிலா சிவா

உன்னுள் நான், என்னுள் நீ

உன்னுள் மறைந்து கொள்ளும்
நிலவு நான்!
என்னுள் ஒளிரும் ஒளிக்கீற்று நீ!
உன்னுள் பெய்திட ஏங்கும் மழைத்துளிகள் நான்!
எனக்குள் பூத்துக் குலுங்கும் மலரிதழ்கள் நீ!

உன்னுள் வெடித்து செல்லும் இடி நான்!
எனக்குள் தோன்றி மறையும் மின்னல் கீற்று நீ!

உன்னுள் பொங்கிப் பெருகும்
தேனாறு நான்!
என்னுள் விடாது ரீங்காரிமிடும்
பொன் வண்டு நீ!

உன்னுள் மணம் கமழும் சந்தனம் நான்!
என்னை விடாது தழுவும் காற்று நீ!

உன்னுள் அமிழ்ந்து போகும்
ஒற்றைக் கொக்கு நான்!
எனக்குள் முகிழ்ந்து கிடக்கும்
செங்கமலம் நீ!

உன்னுள் வியாபித்து இருக்கும் நினைவு நான்!
என்னுள் மறைந்துள்ள ரகசியம் நீ!

உன்னுள் ஒளிந்து கொள்பவள் நான்!
என்னுள் உன்னை நிரப்பிடும் நீ!

இப்படியே விடாது எழுதிக் கொண்டிருக்கும்
கவிதாயினி நான்!
கவிதைக்கு உயிரோட்டம் கொடுக்கும் கந்தர்வன் நீ!

என்னிதய பூட்டினுள் ஒளிந்திருக்கும்
நின் காதலைத் திறக்கும் ரகசிய சாவி நீ!

🔒கண்ணம்மா

திறக்காத கதவு

சுலபமாக தந்துவிட்டாய்
உன்னிடம் இருந்த என் இதயத்தை!
என்னிடம் இருக்கும் உன் இதயமோ வர மறுக்கிறது
உன்னிடம் சேரவும் மறுக்கிறது!
இதயத்துக்குத்தான் காதலின் வலி புரியும்
எங்கே வாங்கினாய் இதயத்தை பூட்டும் சாவியை?
இரண்டு சாவியிருந்தால் எனக்கும் ஒன்றை தந்துவிடு
திறக்காத உன் இதயவாசலையும் திறந்துவிட
எந்த சாவி கொண்டு திறக்க என்னவளின் இதயக்கதவுகளை?

🔒நிஷா ஹுசைன்

இரட்டை சொல்

துயில் களைந்த வண்ண நிலவு நான்
தாயவளின் இரட்டை சொல் கேட்டு
பொலிவிழந்து வீழ்ந்தேன்!

மழலை மாறா இளம் சிட்டு நான்
தாயவளின் இரட்டை சொல் கேட்டு
சோகத்தில் ஆழ்ந்தேன்!

விளையாட்டுத்தனம் நீங்கா யுவதி நான்
தாயவளின் இரட்டை சொல் கேட்டு
பேச்சற்று சாய்ந்தேன்!

கடிவாளமில்லா காற்றாடி நான்
தாயவளின் இரட்டை சொல் கேட்டு
சிக்குண்டு தவித்தேன்!

பெண் இனத்திற்கே சாபமாகிய
இரட்டை சொல்லை
என் தாயும் உரைக்க!

நாளை நானும் அறிந்தே உரைக்க போவதை
தெரியாமல் தவிக்க!
என் அகமும் சாவியின்றி நொந்தது!
என் மனமும் பூட்டப்பட்டு பாசத்தில் வீழ்ந்தது!

அப்பொழுதும் இரட்டை சொல்
செவிப்பறையில் எதிரொலித்தது
நீ போற இடத்துல என்னை தாண்டி திட்ட போறாங்க?
போற இடம்
போற இடம்
போற இடம்!

A.NANCY JESINTHA MARY

சொந்தங்களின் திருவிளையாடல்

என்னை பெற்றவர்களால் அறிமுகமாகிய
ரத்த சொந்தங்களே!

விசேஷங்களில் சீர் செய்து உறவை
சீராய் வளர்த்த வள்ளல்களே!

ஊர் கதைகள் பல பேசி
எங்களது கதைகளை ஊரெங்கும் வீசும்
தூது புறாக்களே!

உங்களது பொன்னான ஆலோசனைகளை
விலையில்லாமல் வழங்கும் தாராள பிரபுக்களே!

உதவி செய்வதற்கு அஞ்சி
உதவிக்காக கெஞ்சிடும் மகா நடிகர்களே!

எங்களது நடவடிக்கைகளை கண்காணிக்கும் சிசிடிவிக்களே!
எங்களது வாழ்க்கைக்கு வழிகாட்டும்
கூகுள் மேப்புகளே!
உங்களது குறளி வித்தைகளை மதித்து,
அன்பாலே உறவு கொண்டேன்!
ஆபத்தில் துணை நிற்கும் சொந்தமென நம்பினேன்!

ஆனால்
துரோகத்தால்
சூழ்ச்சிகளால்
நயவஞ்சகத்தால்
சதி செய்யும் ஆபத்தின் தூதுவர்கள்
தாங்களென உணர மறந்தேன்!

உங்களது துரோகத்தை எடுத்துரைத்தேன்
எனது குணம் சிதைக்கப்பட்டது!

உங்களது நாடகத்தை கலைத்தேன்
எனது வாழ்க்கையே நொறுக்கப்பட்டது!

வஞ்சகத்தால் வஞ்சித்த சூழ்ச்சிக்கார சொந்தங்களே!
உங்களது வாழ்க்கையின் லட்சியம் இதுதானோ?
இல்லையேல் இதுவும் எனது
வாழ்க்கையின் ஓர் அங்கம் தானோ?

உங்களது வேஷத்தில் துவளாது!
துரோகத்தில் தடம் புரளாது!
வாழ்வில் சாதித்து காட்டுகின்றேன்!

பூட்டாய் நீங்கள் தடுத்தால்
சாவியாய் நான் கிளர்ந்தெழுவேன்!
அப்பொழுது உலகத்திற்கு என்னை
அறிமுகப்படுத்த நீரே முதலாளாய் வருவீர்கள்!
அதை இன்றே பறைசாற்றுகின்றேன்!

A.NANCY JESINTHA MARY

பெண் எனும் பிரம்மா

மனதை மறைத்து மகிழ்வை
தொலைத்தவள்!

வலிகளை தாங்கி வடுவை
சுமப்பவள்!

தூரத்து நிலவு போல் அவளின்
மகிழ்ச்சியும் தொலைவிலே!

தனித்த ஆசைகள் ஏதுமில்லை
சுமைகளை சுகமாய் சுமந்திடுவாள்!
சத்தமின்றி அழுவாள் கவலை
மறந்து கனிவோடு பேசிடுவாள்!

இல்லதரசியெனும் பட்டம் சுமந்து பாரம் ஏற்றிக்கொள்வாள்

இளைப்பார நேரமின்றி இனிதே
உழைத்திடுவாள்!

இம்சைகள் அனைத்தும் இதமாய்
தாங்கிடுவாள்
உறவுகளோடு உறவாடுவாள்
உள்ளுக்குள் போராடுவாள்!

பொறுமையில் பூமாதேவியவள்
புன்னகையில் பூக்களவள்
புதிரின் புதிரும் அவளே!
அவளும் துறவியே இல்லறத்துறவி!

மணிமேகலை

🔒கனகசுந்தரிபாஸ்கரன்

மடிதேடிடுவாள் தலைசாய்ந்து
ஓய்வெடுக்க மனதுக்குள் மட்டுமே
கருவறைக்கு மட்டும் தெரியும்
அவளின் வலியும் வேதனையும்!

ஓயாத அலைபோல் இரைச்சலோடே
எந்நேரமும் அவளின் உணர்வுகள்
புரிந்து கொள்ளும் மனம் சிலருக்கே
புரிந்து கொண்ட துணையமைந்தால்
வாழ்க்கை வரமே!

அவளின் மனக்கதவின் திறவுகோல்
அவளிடம் மட்டுமே
பெண் எனும் பிரம்மா அவள்!

படைத்தலுக்கு படைக்கப்பட்டாளோ
வலிகளுக்கு விதைக்கப்பட்டாளோ
சர்வமும் அவளே சர்வ நிவாரணியும்
அவளே!

உணர்ந்த உள்ளங்களுக்கு மட்டும்
பெண் எனும் பிரம்மாள்

🔒கனகசுந்தரிபாஸ்கரன்

இதயக்கவிதை

துள்ளித் திரிந்தாள் அவள்
சுதந்திர காற்றை சுகமாய்
சுவாசித்தாள்!

அள்ளி முடிந்தாள் அழகான கார் கூந்தலை
பின்னல் அசைந்தாட துள்ளிய
மனதோடு சுற்றினாள்!

அல்லிமகள் அழகில் வெண்ணிலவும்
நாணம் கொண்டதோ!

துள்ளிவிழும் அவனின் பார்வைதனில் பெண்மனமும்
சிறைப்பட்டு திண்டாடி போகுதே!

கன்னிமகள் கவிபடைத்தாளே
அவளின் விழியெனும் சாவி
அவனின் இதயக்கூட்டை திறந்தது!
காதல் கவிதை காற்றில் மிதந்தது!

🔒கனகசுந்தரிபாஸ்கரன்

காதலெனும் கடல்

நதியென அவள் ஓடிவர
மழையென அவன் பொழிந்திட
காதலெனும் கடலில் கலந்த
இருவிழிக்கவிதைகள்
புரளும் அலைகளும் புல்லரித்தன
புதுவித தென்றல் வசந்தமாய்
வழிபடைத்திட
உள்ளங்கள் நீந்தின உறைவிடம்
தேடின
நேசக்குழிக்குள் புதைந்து
போகின்றன
இமைக்குடைக்குள் நாணம் குடிகொண்டிட
கைவிரல்கள் கோர்த்திட
இரு மனங்களும் இசைந்து
பாடிய ராகம் கலந்தன
வசந்தகால நதியில் வெள்ளமென
பெருக்கெடுத்த காதலின் ஓசைகள்
கரைபுரண்டன கவிதையாய்
மௌனத்தை சூடிய மனங்களின்
சங்கமம் வசந்தகால நதியில்
சில்லென்று சிலிர்த்தது!

கனகசுந்தரிபாஸ்கரன்

நீ அறியா ரகசியம்

என் மனம் மருகும்
நேரம்தனில்,
உன் கரம் தேடியே காற்றினிலே
அலையும் என் கரங்கள்!

கைகளுக்கு புலப்படா உன்
கரங்களை,
கண்களை மூடி
நினைவுகளில் பற்றியே என்
மனம் ஆறுதல் அடையும்!

உன் பிம்பம் தேடும் என் விழிகளும்
உன் நினைவுகளை தேடும் என் மனமும்
பரிதவிக்கும் ரகசியம்தான்
நீ அறிவாயோ!

நீ அறியா உன் நினைவுகளில்,
நான் தவிக்கும் ரகசியத்தை என்
இருதயத்தில் பூட்டி வைத்தே
காத்திருக்கிறேன்!

உன் அன்பெனும் திறவுகோல்
திறக்கும் அந்த நாளுக்காய்!

🔒கௌதமி ராஜா"நித்தி"

இருளும் ஒளியும்

அறியாமை என்னும்
இருள் நிறைந்த
பூட்டின் துவாரத்தில்
உள்நுழையும் ஒளியாய்
கல்விச் சாவி!

அடைத்து வைத்த
குரூரங்கள் யாவும்
குருதி கொட்டிட
பகுத்தறிந்து
இனம் பிரித்திடுமாம்
அறிவுக்கண்!

நந்தினி சுகுமாரன்

இருளில் தவித்த கண்கள்

மாற்றம் கண்டேன் ஏமாற்றம் கொண்டேன்
வாழ்க்கை பாதை மறைய கண்டேன்
கண்கள் இருளில் சுழல கண்டேன்
தனிமை என்னை கைது செய்திட
சாந்தம் என்னுள் சங்கதி பேச
மகிழ்ச்சி விடுப்புடன் மகிழ்ந்திருக்க
தனித்தே தகித்து நின்றேன்!

இருளில் நுண்ணொளியும் பாய
காரிருளும் கலைந்து போக
ஆனந்தத்தின் ஒலியை உணர்ந்தேன்
இறைவன் உருவாய் கருவில் வந்தாய்
ஈன்ற பொழுதே பேரின்பம் பொங்க
எனை பூட்டிட்ட துயரங்கள் துறந்து போக!

மழலைமொழி திறவுகோலால் எந்தன்
அற்புத வாழ்வை திறந்திட்டாய்

இணையில்லா உன்னழகில் என்னையே மறந்தேன்
பின்பே உணர்ந்தேன் புதிதாக பிறந்தது
நீ மட்டுமல்ல நானும் என்று!

தேவ பவானி "பிரகன்"

பூட்டு

என்னிடத்தில்
ஏதும் தனித்துவமில்லை!
நீ வந்து என்னில்

சேர்ந்தால் திறப்பேன்,
மனதை!
இல்லையேல்
மனதோடே மூடிக்
கொள்கிறேன்!
உன்னோடு உன்
நினைவுகளையும்!
இப்படிக்கு பூட்டு!

Jency. J

மனம்

கதவினைத் திறந்து விடலாம் சாவி இருப்பின்!
நிலவினை அளந்து விடலாம் வானுக்குச் சென்றால்!
மனதினைத் திறந்து விடலாம், பிடித்தவர்களிடம்!
பாதையை உருவாக்கு!
மனதைத் திறக்க!

🔒 Jency. J

உணர்வின் சாவி

உறைந்து கிடக்கும் உணர்வுகள் சிலிர்ப்பூட்டும் சிலநேரம்
உயிர்க்கொடுத்து உலவ விடலாமா என மனம்
ஏங்கும் பலநேரம்

வாழும் வாழ்க்கையோ பூமிதனில் சிலகாலம்
வாழ்க்கையின் பிறகும் நிலைக்க வேண்டும் பலகாலம்

செக்குமாடென ஒரு நிலையில் சுழலாமல்
சுதந்திரப் பறவையாய் சிறகு முளைத்தே

சாதிக்க வேண்டியவை வான் முட்டுமளவு உள்ளதென
சந்ததி பெயர் சொல்லுமளவு சரித்திரம் படைத்திட

முனைப்போடு முன்னேறு பரந்து கிடக்கு உலகமென
உணர்வுகளின் பூட்டறுக்கும் உற்சாக சாவியது

உந்தித் தள்ளி ஊக்கமளிக்கும் உள்ளமதுவே!

🔒ஆ.சிவரஞ்சனி ரமேஷ்

மனமோ கணக்கிறது!

உன் நாணபொழிவை காண விழைகையில்
கைத்திரையால் பூட்டப்பட்டதை காணுகையில்
மனமோ கணக்கிறது!

உன் விரல் கோர்வையதனில் ஒற்றை
விரலை நொடிதனில் அசைக்கையில்
மனமோ கணக்கிறது!

உன் சிறுகுரல் எழுப்பும்
கள்ளச்சிரிப்பை கேட்க விழைகையில்
மனமோ கணக்கிறது!!!

உன் காட்சிக்காணாத என் முக சுணக்கத்திற்கு
பூட்டப்பட்ட முகத்திரையை
அன்பு சாவியால் நீக்கிவிட்டாய்!

உன் அழகை நான் ரசிப்பது போன்று
எனது அழகை நீ ரசிக்கிறாய்!!

உன் அன்பின் பெருக்கில் உனது கருவிழியோரம்
கசியும் சிறுதுளிகளின் பெருக்கால்
என்னுள் ஆனந்த வெள்ளமானாய்!

மணிமேகலை

உன் வர்ணம் போன்றே எவ்வற்றிலும்
எனக்கு அன்னியராக மிளிர்ந்தாலும்
எனக்கென்று தோழியானாய்!

வானத்துதேவதையாகிய உன்னிடமும்
பூமிதாயாகிய என்னிடமும்
எண்ணாயிரம் வேறுபாடுகள் கண்டாலும்
அன்புசாவி ஒன்றே அனைத்து
பூட்டுக்களையும் களைகிறது!

கற்பகம்

இணைபிரிந்த காதல்

உன் விழிகடலில் மீட்க முடியாத
ஆழத்தில் தொலைந்தேன்டா!

உன் இதழ் குறும்பில் மெய்மறந்து
வீழ்ந்தேன்டா!

உன் குரல் இசையில் இதயம் தடதடக்க
ரசித்தேன்டா!

உனக்கென்று உரித்தான உன் அன்பில்
மீண்டும் மீண்டும் தொலைய
ஆயுள்வரை தொடர்வேனடா!

பூட்டும் சாவியை போன்று இணைபிரியாமல்
வாழ வேண்டும் என்று நியதி இல்லை!

மனம்கோர்த்து ஒருவருக்கு ஒருவர் இணையாக
அவரவர் பயணத்தில் பயணிப்போமடா!

🔒கற்பகம்

இலக்கணபிழை

முகமறியாமல் உன்னால் கிறக்கமானேன்
முகமறிந்த பின்னர் உன்னையே கதியென்றேன்
உயிர்கொடுத்து காதல் வளர்த்தேன்
உன்னிலிருந்தும் காதலை பெற்றேன்
கண்கள் நேராக பார்க்கவில்லை
உதடு அசைவு தெரியாமல்
மெய்ப்பொருள் ஏதும் அறியாமல்
உன்னுடன் காதல் கொண்டு
உனக்காக என்னை அளித்து
உன்னுள் தொலைந்து தொலைந்து
உன்னையே என்னுள் பெற்று தீரா காதல் கொண்டேன்
பூட்டும் சாவியும் போன்று இணைபிரியா
தம்பதி என்ற பெயர் பெற்றேன்
உன்னால் தாயென்ற நிலையடைந்து
உனக்கும் தாயாகி போனேன்
காதல் என்பதற்கு இலக்கணம்
இல்லை என்றாலும்
நம் மனதின்படி நம் காதல்
இலக்கணபிழை தான்

🔒கற்பகம்

காகித வரிகள்

உன் மெய்யழகில் மயங்கி சரியும்
மாயவனாக தோற்கும்
சாபத்தில் ஈடுபாடில்லை!

உன் விழியுலகில் துள்ளி ஆடும்
மானாக ஜெயிக்கும்
வரத்தில் இனிமை கொள்ளவில்லை!

காகிதத்தில் உயிர்பெறாத வரிகள்
உயிர்பெற்று பலனில்லை!

காதல் சாவியால் பூட்டப்பட்ட இதயங்களை
கோர்த்தபின்னே ஆயுள்கிடைத்ததென
காகிதவரிகள் அறியவில்லை!

🔒கற்பகம்

நீயும்! நானும்!

நிழலாய் நான் எனைத்தாங்கும் நிலமாய் நீ!
வானவில்லாய் நான் அதன் வண்ணங்களாய் நீ!
கவியாய் நான் உணர்வாய் நீ!
பூக்களாய் நான் ஞிமிறாய் நீ!
கரையாய் நான் எனை முத்தமிடும் அலையாய் நீ!
பூட்டாய் நான் எனது
மன எண்ணங்களை திறந்திடும் சாவியாய் நீ!

சிவப்பிரியா "தேனு"

வெளிப்படாத கோபங்களின் வரிகள்

வெளிப்படாத கோபங்களின்
நீண்ட வரிகள் நிறைந்த
புத்தகமே மனம்

வார்த்தைகளின்
பாதையயடைத்து
மௌனித்திருக்கும்
ஏதோ ஒரு மாற்றம் தேடி!

தெரிந்தே தவறு செய்யும்
உறவுகளை
சகிக்கப்பழகு எனும்
முன்னுரையில்
பயணத்தை
நிறுத்தி விடுகிறேன்!

தவறுகளை
திருத்தவோ
உணர்த்தவோ
எழுதுகோலின்றி
சில பக்கங்களை
வெற்றுக்காகிதமாய்
விட்டு விடுகிறேன்!

மணிமேகலை

சுயமரியாதை
உணர்வுகளுக்கான
எல்லா பாகங்களிலும் நான்
தனித்த
கதாபாத்திரமென்பதை
மறந்து விடுகிறேன்!

எதையும் வாசிக்காமல்
ஒட்டு மொத்த
உறவுகளும்
பொறுத்துப்போ என்கிறது
பொறுப்பற்ற
விமர்சனத்துடன்!

தவறு செய்பவனை
தலைப்புச்செய்தியிலும்
தட்டிக்கேட்பவனை
தரைதொடும்
காலணிகளுடனும்
கிடத்தும் அவலம்!

இவர்கள் பார்வையில்
திறக்காத
புத்தகமாகவே
இருக்க நினைக்கிறேன்
பொறுமை எனும்
நெருப்புடன்
புத்தகம் எரியும் வரை!

திறந்த புத்தகத்தின்
சாவியை
மனதைப் பூட்டிக்கொண்டு
தேடும்
மனிதர்கள் மாறும் வரை!

மாயா

துளிர்விடும் நம்பிக்கை

மழைக்கலாம் முடிந்தது
சரத்காலம் ஆரம்பமானது!

பல டிசம்பர் முடிந்து
ஜனவரியும் கிட்ட தட்ட

ஆயினும் முற்றுபெறாத சுபங்களின் ஓலங்கள்
சங்கீதமாய் ஆழ்மனதை அரிக்க!

வார்த்தைகள் முற்றிப் போன
மௌனங்களில் ச(யு)த்தமில்லா
பல மரணங்கள் நிகழ்ந்தும்,

அற்பகால மகிழ்ச்சிகள் சில
கிட்டும் நேரங்களில்

உணர்வுகளற்று பாறையாய்
இறுகி கிடக்கும் மனதை

துளிர்விடும் சிறு நம்பிக்கையின்
திறவுகோல் கொண்டு பொல்லாத
உலகை கடக்க முற்படுகிறேன்!

நீனுசக்தி

சாபப் பிறவி

இயல்பாய் என்னில் உதிக்கும்
உணர்வுகளைக் கூட
உண்மையாய் சொல்ல முடியாமல்
கட்டுபாடுகளுக்குள் கட்டுப்பட்டு
கிடக்கும் பெண்மையின்
இப்பிறவி எனக்கு வேண்டாம்!

பொங்கி வரும் கண்ணீரையும்
சுதந்திரமாய் வாய்விட்டு
கதறி அழ முடியாமல்
தனிமையை தேடி ஓடிச்சென்று
வாய் பொத்தி அழுது தீர்ப்பதே
பெண்மையின் பெரும் சாபமென்றால்
இச்சாபப் பிறவி எனக்கெதற்கு?

ஆசைகளும் கனவுகளும்
ஒருவரை சார்ந்தோ அல்லது
ஒருவரை சுற்றியோ
இருக்க வேண்டுமானால்
தனித்துவமற்ற பெண்மையின்
இப்பிறவி எனக்கெதற்கு?

தியாகத்தின் மறு உருவமாய்
பெண்மை போற்றப்படுவதனால்
என்னில் நான் தோற்று போய்
நானென்பதே மறந்{றைத்}து
தியாகச் சுடராய் நான் ஒளி வீசி
என்னில் பிறர் வாழ
இப்பிறவி என்பது எளக்கெதற்கு?
கௌரவம் என்னும் பெயரில்
விதவிதமான கொலைகளைஎன்னில் அரங்கேற்றி

மணிமேகலை

நாற்றமடிக்கும் பிணவறையாக
நான் மாறிய பின்னர்
கருவை சுமக்கும் பெரும் பாக்கியம்
கிடைப்பதே பெண்மையின்
பூரணமென்றானால்
இச்சாபப் பிறவி எனக்கெதற்கு?

எந்தன் உணர்வுகள் அத்தனையும்
சிதையின் தழலில் தீயிட்டு
எரித்த பின்னரும் கூட
வாழ்ந்தாக வேண்டுமே என்று
வாழ்நாளை கடத்திடும்
கருணையற்ற
இப்பிறவி எனக்கெதற்கு?

அன்பின் மிகுதியால் விட்டுக்கொடுப்பதும்
அன்பின் நிமித்தம் விட்டு விலகுவதும்
அன்போடு அனைத்தையையும்
அனுசரித்து செல்வதும் என

அன்பு செய்வதே பிரதானமாக
இப்பிறவி படைக்கப்பட்டதென்றால்
அன்பையே சாபமாக்கிடும்
இச்சபிக்கப்பட்ட பிறவி எனக்கெதற்கு?

இப்படியான என் எண்ணங்களை கூட
என்னுள் பூட்டி மறைத்து விட்டு
திறக்கவே கூடாதென்று
நானே சாவியையும் தொலைத்து
நியமிக்கப்பட்ட என் வாழ்க்கையை
வாழும் ஒரு சாபப்பிறவி நான்!

🔒 R. ராஜலட்சுமி

கழு மரம்

உன் காதலின் ஆழத்தை உணர்த்த
நீ வழங்கிய முதல் முத்தமென்னும்
உன் முதல் தீண்டலினால்
என் உயிர் நாளங்களில்
உண்டான உயிரோட்டத்தையும்!

உன்னோடு கை கோர்த்து
உன் மார்பில் தலை சாய்ந்து
யாருமற்ற கடற்கரை மணலில்
இருவர் மட்டும் தனிமையில்
நடந்து திரிவதாக நினைத்து
தூரத்திலிருந்த நாமிருவரும்
செல்லிடைபேசியில் கதைத்தப்படி
மொட்டை மாடியில்
நடந்து திரிந்த நாட்களையும்!

எனக்கு பிடித்ததை நீ செய்ய
உனக்கு பிடித்ததை நான் செய்ய
நமக்கான ஒரு தனி உலகத்தையே
நம்மில் உருவாக்கி
சின்ன சின்ன மகிழ்வுகளினால்
அழிவென்பதே காணாத
சாம்ராஜ்யமாய் அதை
ஸ்தாபிக்க நினைத்திருந்த போது!

மணிமேகலை

சாதி என்னும் கொடிய
பிணம் தின்னும் அரக்கனால்
உயிருள்ள பிணங்களாகவும்
உயிரற்ற பொம்மைகளாகவும்
நாம் உரு மாற்றம் பெற்றிட!

நினைவுகள் என்னும் அழியா
பொக்கிஷங்கள் அத்தனையையும்
கோர்த்து மாலையாக்கி
சிலுவை என்னும் கழுவில் ஏற்றி
எவரும் காணா கருவில் மறைத்து
பத்திரமாய் பூட்டி சாவியை
தொலைத்தவள் போல்
திரிகின்றவளானேன்!

இன்றோ! எவரோ அழைத்த உன்
பெயரை கேட்டது முதல்
என்னில் எழும் விசும்பல்களை
மறைக்க பூட்டை தேடும்
கழுமரமாய் மாறிப்போனேன்!

🔒 R. ராஜலட்சுமி

மமதை தீர்ந்தது

என் மனம் என்னும் பூட்டிய
பெட்டகத்துக்குள்
வார்த்தை என்னும்
திறவுகோல் கொண்டு
உள் நுழைந்த
என்னவளே!

அனைத்தும் தனக்கு தெரியும்
என மார் தட்டி மமதையுடன் திரிந்த
அறிவியலும் தோற்று உன் முன் மண்டியிட்டது!

உன் சிறு இதயத்தை
திறக்க திறவுகோல்
எதுவும் இன்றி!

மணி|மேகலை

மணிமேகலை

ஊடல்

நம்முள் நிகழ்ந்த
ஊடலுக்கு
சாவி தேடி தேடி
என்னையே தொலைத்தேன்!

பின் தான் தெரிந்தது
நம் ஊடலின் சாவி
நம் கூடல் தான் என்று!

அருண் வள்ளுவன்

நினையுமோ?

நிரம்பி வழியும் நீரோடை சலனமில்லாமல்
சத்தமிட்டே ஓடினாலும்
ஏனோ! மனித இழப்பு எனும்
படும் பள்ளத்தில் விழுந்து எழுந்தால்
உடைந்த உள்ளத்தில் விழுந்து எழுந்த
மனிதனை போல
சற்று வழுக்கி ஓட நினையுமோ?
பூட்டும் சாவியும் புரியாத புதிர் போட நினையுமோ?

🔒தமிழ் ப்ரியன்

🔒தமிழ் ப்ரியன்

ஜீவனை தேடி!

உறவுகள் நரிக்கூட்டமாய் எனை
சுற்றி மொய்த்திட
ஏனோ! என் உள்ளமதோ தீக்கூடமாய் .
தினம் தினம் எரிகிறதே!

எரிதழலின் வெப்பமோ எனை
தீயாய் சூழ்ந்திட,
ஏனோ! என் நெஞ்சமதுவோ
எரிந்து சாம்பலாய் கருகுகின்றதே!

தீச்சுடர் ஒன்று வெளிச்சத்தை எழுப்பிவிட
என்னுயிர் இன்று உடலை பிரிந்ததே!
பூட்டினை திறக்கும் சாவி போல் என்னுயிர்
என் ஜீவனை தேடி
ஏனோ! விண்ணில் பறக்குதே!

🔒தமிழ் ப்ரியன்

தேடிட நினையுமோ?

விடை தேடா உள்ளத்திற்குள்
விதையொன்று விருப்பமாய்
விழுந்து விட வீணென்று
விலகுமோ?
இல்லை விதை அது தான் என
பூட்டின் சாவியை தொலைத்து நிதமும்
அதனை தேடிட நினையுமோ?

🔒தமிழ் ப்ரியன்

சிறு நகை பூத்திடுமோ?

மனதின் கேள்விகள் ஆயிரமாகின்ற பொழுது
ஏனோ! நினைவின் துளிகள்
நிதமும் கண்ணீராய் கரைகின்றதே!

கலங்கிடும் கண்ணீரின் வழிக்கு
கரைதொடும் தடுப்பாய் பூட்டும்
மனம் நிறைய சாவியும்
துணையை நினைந்தால் பூவிழி முகமும்
ஏனோ! சிறுநகை பூத்திடுமோ?

தமிழ் ப்ரியன்

பிரிவதும் சேர்வதும்

அறியாமை இருளை மனதில் தேக்கி
அறிவுக்குகந்த செயலை புறந்தள்ளி
உள்ளத்தில் உள்ளதை எடுத்துரைக்க
உதடுகளும் அசைந்தும் கொடுக்காத
மௌனம் சாவி தவறவிட்ட பூட்டுதான்

மூடத்தனங்கள் முற்றிலும் நீங்கிடவே
பாடநூலில் பகுத்தறிவுக்கு ஒவ்வாத
மதமும் அரசியலும் புகுத்திட்டு வீண்
பேதம் வளர்க்கும் மதி கெட்டவர்களை
காவலிட்டு பூட்டி கடலிலெறி சாவியை

தொலைந்த சாவி கனவில் வந்திட
பூட்டிய ரகசிய அறையும் திறக்குமாம்
சாவி தொலைந்தது போல் கனவும்
வந்திடுமாம் குற்றம் பூட்டும் களவாட
சேர்ந்திருக்க சிறப்பு பூட்டும் சாவியும்
பிரிவதும் சேர்வதும்!

🔒மரு.இராஜேந்திரன்

மனதின் ரகசியம்

முத்துப்பல் காட்டி
கலகலவென சிரித்து
விழிகள் இரண்டும்
உருட்டியுருட்டி கதைத்து
தேன்சுவை எச்சிலால்
உதட்டையும் நனைத்து
ஆனந்த மழையில்
முழுவதும் நனைந்து
ஆழ யோசித்து
காத்திட வைத்து
மெல்லிய தீண்டலில்
என்னையும் வதைத்து
முழங்கால் கட்டி
முன்னும்பின்னும் ஆடி
கைகொட்டி விண்ணோக்கி
குதித்தபடி உரைத்து
நீ கண்ட காட்சிக்குள்
நானும் நுழைந்து
நின் அழகுநிறை
குறும்பில் முழுதுமாய்
என்னை தொலைத்து
உன் மகிழ்வுதனை
ஆவென்று ரசிக்கையில்
ஸ்ஸ்ஸ் என்று
உதடுகடித்து நிறுத்துகிறாயடி !

என்னவென்று கேட்டால்
சொல்ல வந்த மனதின்
ரகசியத்தை பூட்டிவிட்டு
சாவியை எங்கோ
தொலைத்து விட்டு
விழிவிரித்து நகைக்கிறாய்!

அவை என்றன்
மனதின் ரகசியம்
என்றபடி !

🔒கவி அம்மு

காதல் தடை செய்யப்பட்டுள்ளது!

சிரிக்கும் பெண்ணை
முறைக்கும் கண்கள்
உண்மை சொல்ல தவிக்கிறதே!

உதடு சொல்லா
வார்த்தை சொல்லும்
கண்கள் கூட நடிக்கிறதே!

சாதி மதம் இங்கே
தடுக்கிறதே!

தலைமுறைகள் பல
தடை விதிக்கிறதே!

இதயங்கள் இணைய
இணையம் தான் வேண்டுமா?

இணையம் தான்
இல்லா விட்டால்
கடலை காதல் தாண்டுமா?

முகம் அறியாமல்
முகவரி அறிந்தோம்!

முகநூல் பக்கத்தில்
தகவல்கள் பகிர்ந்தோம்!

மனதால் இணைந்தோம்
மதத்தால் பிரிந்தோம்!

நட்பு வட்டத்தில்
தவிக்கின்றோம்!

காதலை மூடி
மறைக்கின்றோம்!

அன்பு என்னும் திறவுகோல்
இருந்தும்
காதலை பூட்டி
மறைக்கின்றோம்!

　　　　　🔒ச.சுரேஷ்

வாழ்க்கை வாழ்வதற்கு

இன்றைய பொழுதது! இனிய பொழுதது!
முகம் பார்ப்பதல்ல முகநூல் பார்ப்பதே!

கிடைத்த உறவுகளை தொலைக்கும் வேளை இது!
தொலைவில் உள்ளவரை இணைக்கும் இணையமது!

ஏனோ! என் தந்தையுடன் இணைக்கவில்லையே!
தொலைவில் இருந்திருந்தால் இணைந்திருப்போம் போலும்!
அவர் இல்லாது போனதாலே இழந்து விட்டோம் போலும்!

படித்த பாடமது மனதிலே பதிய நேரம்
ஆகும் பட்டாம்பூச்சி பருவம் அது!
பார்த்து வந்த பாடமோ (அப்பா) இன்றி போனதும் !

அத்துனை வினாக்கள் அதற்கு விடையளித்த
விடையும் உலகம் விட்டு விடைப்பெற்றதனாலே!
வாழ்வே வினாவனதே அன்று!

தத்தளிக்கும் நேரம் அதில் பிறக்குமோ துணிவு!
பிறந்ததே அன்று எனக்கு!

சாலையை கடக்க தத்தளித்த பெண் இவள்!

இன்றோ அன்னை கரம் பற்றி
வாழ்க்கையை கடந்து வருகிற மெய் இவள்!

இன்றும் வினாக்கள் அது என்னுள்
கடந்து வந்த பாதை அது கூறியதே
பதில் என்னுள்!

வினாவும் விடையுமாய் வாழ்வு அது
என்றும் எவருக்கும் வாழ்வதற்கே!

வாழ்க்கை பயணம் அதில் பூட்டுகளாய்
பல தடைகள் அது!
சாவியென நம் செயல்கள் அது!

அத்துனை பூட்டுக்களும் தகர்க்கப்படுவதுவே!
தன்னம்பிக்கை எனும் சாவி கொண்டே!

🔒ச. நர்மதா

அடங்காத மனம்

ஆயிரம் எண்ணம் உள்ளத்தில் வைத்து,
ஆபத்து என தெரிந்தும் அமைதி காத்து,
அவசர முடிவு எடுக்க மறுத்து,
அனைவருக்காகவும் நடித்து வாழ்ந்து,
என்னில் அடங்காத அந்த
எண்ணத்தை ரகசியமாக புதைத்து வைத்து,
உள்ளத்துக்கு அழுத்தம் தந்து,
தன்னையே வருத்தி கொண்டு,
தலைகுனிந்து வழியில் நடந்து,
தவறாமல் தன் ரகசியத்தை யாரிடமாவது
தெரியப்படுத்த வேண்டும் என ஒரு மனம்
ஓடிக்கொண்டே இருக்கிறது,
எத்தனை உயிர் வாழ்ந்தாலும்
உண்மையான உள்ளத்தைத் தேடி அலைகிற
தன் ரகசியத்தைக் காக்கும் பெட்டகத்துக்கு
சரியான திறவுகோலைத் தேடி!

🔒நாமக்கல் செந்தில்

சமுதாயத்துள் ஒரு பெண்ணாக

கண் சிமிட்டும் நேரமும் காற்றாய்
வீசிக் கொண்டிருக்கிறது என் இதயத்துள் குரலால்!

பெண் மண்ணில் பாதம் பதித்ததை தவிர
வேறு தவறு ஒன்றும் செய்துவிடவில்லையே!
அவளை மாதவிடாய் நேரங்களில் தீட்டாய் நினைக்க

உருவாக்குவது ஒரு பெண்!
உயிரைக் கொடுத்து உருவம்
கொடுப்பவளும் ஒரு பெண்!

மகாலெட்சுமியாய் போற்றப்படுபவள்
ஒரு பெண்!
மண்ணின் அழகு என்று
தேற்றப்படுபவளும் ஒரு பெண்!

படிப்பின் தெய்வமாக விளங்குபவள் ஒரு பெண்!
படிப்பால் குடும்பத்தின் சுமைகளை
சுலபமாக தீர்ப்பவளும் ஒரு பெண்!

குத்துவிளக்கு ஏற்ற தகுதியானவள் ஒரு பெண் !
கும்பிடு போட வேண்டியவளும் ஒரு பெண்!

சமைக்க பெண்! சமுதாயம் நிலைக்க பெண்!
சாமியுள்ளும் பெண்! சாமியே பெண்!
இருந்தும் மனிதநேயம் இன்றி வாழ்ந்து
கொண்டிருக்கிறோமே!

மணிமேகலை

கோவிலின் உள்ளே பெண்ணாக சாமி உலா வர
மாதவிடாய் நேரங்களில் பெண் மடிந்து
கிடப்பது நியாயமா?

ரத்தம் சிந்தி வலியால் துடிதுடித்து
பாவை அவள் தன்னை உருக்கி
குழந்தை பெற்றெடுக்க அதில் மனம் மகிழும் நாம்!

உயிர்க்கொடுப்பவளின் இரத்தத்தை ஏன்
தீட்டாக நினைக்கிறோம்?

சமுதாயமே ஏன் இன்னும்
முட்டாளாய்ப் போய்க் கொண்டிருக்கிறோம்?
பெண்ணின் ரத்தம் ஒரு உயிரின் தீர்த்தம்!

அவளை தீட்டெனும் பூட்டினில் பூட்டி
வைக்காதீர்,
அவள் வழிதனில் தன்னம்பிக்கை
எனும் திறவுகோல் கொண்டே முன்னேறி செல்லட்டும்!

அவள் முன்னேற பூட்டிடும் சமுதாயத்தின் மீது
கோபமும் கொள்கிறேன்!
அவர்களை சாடிடும் கேள்வி கணைகளோடு!

🔒 மு. மாரிச்செல்வி "குட்டிக்கவிதையாழினி"

ஒரு பெண்ணின் மனது

ஆயிரம் காவியம் படிக்க தெரிந்த
எனக்கு ஒரு பெண்ணின்
மனதை படிக்க தெரியவில்லை!

இந்த உலகில் அனைத்து பூட்டுக்கும் சாவி உண்டு!
பெண் மனப் பூட்டுக்கும் சாவி உண்டு!

மகன் என்ற சாவியை எடுத்து என் அன்னை
மனதைத் திறந்தேன் அளவற்ற பாசமும்
அன்பும் தெரிந்தது!

காதலன் என்ற
சாவியைக் கொண்டு என் காதலி
மனதை திறந்தேன்
என்மேல் அளவற்ற
நம்பிக்கை கொண்டவள் என்று
தெரிந்தது!

நண்பன்
என்ற சாவியைக் கொண்டு
என் தோழியின் மனதைத் திறந்தேன்
என் கவலைகளை மறைந்தது
என் தன்னம்பிக்கை தரும் செயல் என்னை
வியக்க வைத்தது!

ஒரு பெண்ணின் மனது தேடப்படாத புதையல்,
அதில் சில அளவற்ற பெயரில்லாத பூட்டு
பூட்டப்பட்டு உள்ளது
அந்த ஆழ் மன பூட்டுக்கு
இன்றும் சாவி இல்லாததால்
எடுக்க முடியாத பொக்கிஷமாகவே
புதைந்து உள்ளது!

🔒 கவிஞர் ஜவகர்

அன்றே கணித்த நான்

பரமன் வகித்த விதியோ
படைப்பு பதிப்பித்த பதிவோ
காவல் காத்துவந்த கருப்பையிலிருந்து
ஏவல் ஏதுமில்லா வெறுமையிலிருந்து
வெள்ளிகள் வெட்கப்பட்டு பூத்தபோது
வெளிப்பட்டேன் எனைத் தடுப்பவன் ஏது?

அறியாத அச்சமயத்திலும்
அறிந்து அச்சம்கொண்டு
அலறி அழுதேன் அந்நொடியினில்!

தவழ்ந்த போது தூக்கிச் சுமந்த யாவரும்
தாழ்ந்த போது தூற்றிச் சலித்து போவதை
எண்ணி அன்றே அழுதேனோ?

தாய்ப்பாலை மிச்சமில்லாமல் குடித்தேன் - இன்று
தண்டமாய் அஞ்சி விம்முகின்ற சோகத்தை நொந்து
அன்றே அங்கலாய்த்தேனோ?

பள்ளிப் படிப்பில் முதற்மதிப்பெண் பெற்றேனே - இன்று
பணியேதுமின்றி பத்துக்குப் பத்து அறைதனில் பதுங்கிக்
கிடப்பதை நினைத்து அன்றே அலறினேனோ?

பொக்கிஷமென போற்றிக் காத்த பெற்றோர் - இன்று நான்
பொறியியல் படித்தும் பெருந்துயர் உருவாவதைக்
கணித்து அன்றே கண்ணீர் வடித்தேனோ?

மணிமேகலை

வரமென வாழ்த்தி வரவேற்ற என்னை - திருமண
வரம்வேண்டி தாயவளின் உறக்கமில்லா இரவை
யோசித்து அன்றே விசும்பினேனோ?

கன்னமதில் அறையென்று ஆசைமொழி கூறியவரின்
வயிற்றிலெரியும் நெருப்பினால் வயிறு நிறைப்பதைக்
கண்டு அன்றே கரைந்தேனோ?

தொல்லையேதும் செய்யாது எம் பிள்ளையென்று
அமைதியாக அரும்பிய எனக்கு
தொலைத்தொடர்பு தகுதியில்லை என எம்மவர்க்கு
பாரமாவதைப் எதிர்பார்த்து
அன்றே ஏலமிட்டழுதேனோ?

புவியில் முப்பதுகள் தொடுவதற்குள் - அதன்
சதியில் மூப்புற்று துவண்டுப்போகின்றேன்!
பாதியில் விடைபெற விருப்பமின்றி - இப்
பதியில் விடைதேட விளைகிறேன்!
பரமன் பூட்டியக் கதவினை - வாழ்வில்
தகர்த்தெறிய திறவுகோல் தேடுகிறேன்!

🔒 த.சிந்துகவி

மண்ணின் மைந்தன்

பயிருக்குத் தகுந்த தன்மையாய்
விவசாயிகளுக்குச் சிறந்த தொண்டனாய்
உழைப்பாளிகளுக்கு ஏற்ற சன்மானமாய்
கட்டுமான இடங்களில் நிலைத்து உறுதியாய்
மழைநீரைக் குடிப்பதற்கு நல்ல பண்டமாய்
போராளிகளுக்கு வெற்றி வாகைச்சூடி
திறமையாளர்களுக்குச் சிறந்த மேடையாய்
கால்நடைகளுக்கு தக்க வசிப்பிடமாய்
கட்டமைப்பிற்கு அடித்தளத்தில் தரமாய் விளங்க
உழவனுக்குத் தோழனாய்
பயிருக்கு உரமாகி
விளைச்சலுக்கு துணை நின்று
கடற்மண் கொள்ளையர்களுக்கு தக்க
தண்டனைக் கொடுத்து
கார்ப்பரேட்டிடமிருந்து நில அபகரிப்பை மீட்டு
தக்க வசிப்பிடமாய் நேரத்தில் தண்ணீரினை அளித்து

மக்களின் போராட்டத்திற்கு உரிமையின் மேடையாய்
திகழ்ந்து
என்றும் நாம் வாழ

பூமாலை சூட வேண்டாம்
மண்ணின் மைந்தர்களாய் நிலையுங்கள் என்று பூட்டிட்டு
வைத்துள்ள ஆதங்கத்தைக் கோபத்தின் மூலம் அவிழ்த்து
விட காத்திருக்கும் கடிகாரத்தின் முட்கள்!

🔒 ப.ஹரிணி (kaviyin kadhali)

நான் யார்?

கருவிலிருந்து கல்லறைக்குச்
செல்லும் வரை - என்
வழிகள்தான் எத்தனை? - அதில்
வலிகளும்தான் எத்தனை?

எனக்கோ சிறு ஏமாற்றம்
மழலையில்
மனம்போன போக்கில்
மழையில் நனைய
ஆசைப்படும்போது
வேண்டாமென்று சிறு
தடை!

எனக்கோ சிறிய வலி
குமரியில் குதூகலமாக
குதித்தோடி விளையாட எண்ணும்போது
பருவமடைதல் எனும் தடை!

எனக்கோ பெரிய ஏமாற்றம்
படித்துப் பட்டம்பெற்று
பாரைச்சுற்றிப் பறக்க
ஆசைப்படும்போது
திருமணம் எனும் தடை!

தடை தடை தடை!
என் வாழ்வில்
எங்கும் எதிலும்
எப்பொழுதும் தடை!

எனினும்
இத்தடைகளால் தளராது
அத்தடைகளையும் உடைப்பவள்
நான்!

நான் தரித்திரமல்ல
நல்ல சரித்திரம்
படைப்பவளென நிரூபிப்பவள்
நான்!

சிறகொடித்து என்னைச்
சிதற வீசினாலும் விண்ணில்
உயர்ந்து பறக்க - என்
முழு முயற்சியால்
முன் வருபவள்
நான்!

என் மனதின் வேதனைகளை
பூட்டிட்டு ஒய்ந்து
அமருபவள் அல்ல
நான்!

சாதனை என்னும்
திறவுகோல் கொண்டு
திறப்பவளே நான்!

🔒கா.அ.பாத்திமா ஜாப்ரின்

துணிவு கொள்

புதிரான வாழ்க்கையில்
எதிரான எண்ணங்கள்
பூட்டும் சாவியுமாய்
எத்தனை எத்தனை!
எண்ணிப் பார்க்கையில்
பின்னிப் பிணைகிறது மனது!

பள்ளிப் பருவத்தில்
பயந்து நடுங்கிய
பொழுதுகளை தான்
பருவம் கடந்து
பதினெட்டும் முடிந்த பின்னே
பார்க்க நினைக்கிறது
பாழாய் போன மனம்!

என்செய்ய?
காலங்கள் கடந்துமே
ஜாலங்கள் செய்யுமே
கனவுலகில்
நீ திரிந்த தூரங்கள்!

மறவாதே!
இக்காலம் என்பதைத் தாண்டி
முக்காலமும் நம்
முயற்சின்றி
முடிவொன்றேது!

துணிவு கொள்!
துயரம் துரும்பாகி
துளிர்விடும் உன்னில்
தூய எண்ணங்கள்
என்றென்றும்!

கவிஞர் கோகுல் காளியப்பன்

சீதனச் சிறை

சீர் என்று பெயர் சூட்டி
சீரழிஞ்சு போக - பெண் வீட்டில்
சீதனத்தை கேட்டு
சீரழியுது நாடு!

தந்தை வியாபாரியாக மாறி
தாரை வார்க்கிறார் - தன்
மொத்த சேமிப்பையும்
சீதனமாக கொடுத்தார்!

தாரகையவள் தன் தந்தை
சொல்லுக்கு கட்டுப்பட்டு - தன்
தலையை அடகு வைக்கிறாள்
சீதன ஒப்பந்தத்துக்கு!

கல்யாணம் நடந்தபின் தெரிகிறது
கணவனின் மறுமுகம் - பத்து
நாட்களில் முடிவுக்கு வந்தது
பணமும் கல்யாண வாழ்க்கையும்!

சீதன சிறையில் பூட்டிட
நினைக்கும் கைகளை ஒழிப்போம்!

பெண்ணினமே உந்தன்
சுயமரியாதை எனும் திறவுகோலினால்
காசுக்காக கல்யாணம் என்ற
சமூக அவலத்தை விடுத்து
நிமிர்நடை நடந்திடுவோம்!

 நந்தினி

இரகசிய கனவு

பூட்டும் சாவியுமாய் இருந்த
இரகசிய ஆசையின் கனவுகள்!
கல்லால் கட்டிய கோட்டையாய்
மனதால் உயர்ந்த கோபுரம்!

கோடை காலத்து வெப்பமாய்
கானல் நீராக மாறிடுமோ?
கார் காலத்து மழையாய்
மண்ணில் விழுந்து துளிர்த்திடுமோ?

கனவுகள் வந்த வண்ணம்
இரவுகள் தவறாது ஆலோசனை!
நித்தம் தந்த விடியல்கள்
திறவுகோல் அளித்து ஆராதனை!

ரஞ்சனி பழனிசாமி

திறவுகோல்!

அடைத்து வைக்கவில்லை எனை
பூட்டிட்ட கதவிற்குள்!

அணைத்து வைத்தேன் என்னை
அன்பெனும் பூமிக்குள்!

தொலைத்து விட்டேன் சாவியை
துருவான பூட்டுடன்!

திறந்து வைத்தேன் மனக்கதவை
தென்றலது உலாவர!

அவசியமில்லை என்றும் எனக்கோர்
அடைக்கும் தாழ்!

பொக்கிஷம் அல்ல என் உள்ளம்
பத்திரமாய் பூட்டிவைக்க!

பொங்கிவரும் மலை அருவி அதை
தடுத்திட இயலுமா?

பாய்ந்து வரும் பருவக் காற்றையும்
கட்டத்தான் முடியுமா?

மொட்டுக்கள் பூக்கவும் திறவுகோல்
வேண்டுமா?

பூட்டாத விதைகள் துளிர்க்க சாவியும்
வேண்டுமா?

வேண்டாமே எனக்கிந்த இருள்சூழ்
அகக் கவசம்!

பொய்களை மறைக்கத் தூண்டும்
பூட்டும் சாவியும்!

🔒மாதவன் நாராயணன்

பொறுப்பற்ற சமூகம்

காமம் அற்ற மழலையர் முத்தத்தில் கூட காமத்தை
எதிர்பார்க்கும் மனிதனை கொண்டதே இச்சமூகம்!

உதிரத்தின் வலியை உணர்வதற்கு முன்பே உடலின்
வலியை உணர்த்திச் செல்லும் காமம் கொண்ட
காழுகர்களை கொண்டது இச்சமூகம்!

அடிமை என்று சொல்லாமல் அழகு பதுமை என்று கூறி
பெண்ணை அடிமைக்கொள்ளும் பொறுப்பற்ற சமூகம்
இச்சமூகம்!

பொது நலம் இன்றி தன் சுயநலத்திற்காக பிறர்
உயிரைக் கொள்ளும் மனித நேயம் அற்ற சமூகம்
இச்சமூகம்!

தான் பட்ட கஷ்டங்கள் ஒரு போதும் தன் பிள்ளைகள் பெற
கூடாது என்ற மனம் படைத்த பெற்றோரை முதுமையில்

பார்க்காமல் முதியோர் இல்லத்தில் சேர்க்கும் நன்றி
தவறிய மானுடத்தைக் கொண்டது இச்சமுதாயம்!

அடிமை தன்மையும் அடக்கு முறையும்
இச்சமூகத்தில் பூட்டும் சாவியும் போல் தான் உள்ளது!

காலங்கள் கடந்து தான் செல்கிறது
ஆனால் சமூகத்தில் மற்றும் ஏனோ
மாற்றம் பிறப்பதே இல்லை!

🔒ரேவதி பால்மாணிக்கம்

வேண்டும் ஒர் சாவி!

கல் நெஞ்சு என்ற பூட்டை திறக்க
வேண்டும் ஓர் கருணை சாவி!

தடை என்ற பூட்டை உடைக்க
வேண்டும் ஓர் முயற்சி சாவி!

நம்பிக்கை என்ற பூட்டை திறக்க
வேண்டும் ஓர் நேர்மை சாவி!

உள்ளம் என்ற பூட்டைத் திறக்க
வேண்டும் ஓர் அன்பு சாவி!

கொடுமை என்ற பூட்டை அகற்ற
வேண்டும் ஓர் வலிமை சாவி!

தனிமை என்ற பூட்டை திறக்க
வேண்டும் ஓர் உறவு சாவி!

வாழ்க்கை என்ற பூட்டை திறக்க
வேண்டும் ஓர் நம்பிக்கை சாவி!

கவிதை என்ற பூட்டை திறக்க
வேண்டும் ஓர் கற்பனை சாவி!

கனகராஜ் G K

மர்ம பெண்ணே!

அடி மர்ம பெண்ணே
உன்னை எப்போது மீண்டும்
காண்பேனோ!

நிழல் எது? நிஜம் எது? என்று
புரியாமல் போனதடி
உன் மர்ம பார்வையில்!

கனவு இவ்வளவு சுகம் தருமோ?
எதற்கு யாவும் நிஜம் தேடி
போகிறார்களோ!

புலம்பல் தருவது உந்தன் மௌனம்
எனது மனதிற்குள் எப்போதும் இருக்கும்
என் சொந்தம் உனது மூச்சுக்காற்று
அதை யாரிடமும் சொல்ல மாட்டேன்!

அணை உடைந்து தண்ணீர் வெள்ளம்
போல் எனது உணர்வுகள் உன்னை
கண்டதும் பெருக்கெடுத்து ஓடுகிறது!

பட்டாம்பூச்சிகள் பறக்கும் கனவு ஒன்று
அதில் நீ என்னிடம் வருகிறாய்
உந்தன் அழகிய முகத்திற்கு பின்பு
இருக்கும் காயம் என்ன என்பது
மர்மம் நிறைந்த ஒரு அடர்ந்த காடு
போல தோன்றுகிறது!

மரக்கிளைகள் முறிந்து உடைவது
போல் எனது நரம்புகள் முறித்து

ஊனம் ஆக்கப்படுகிறேன்
நீ பேசாமல் போகிற அந்த நொடி!

இப்படியெல்லாம் உன்னை காதலிப்பேன்
என்று முன்னால் தெரிந்து இருந்தால்
நான் சற்று தயாராக வந்து இருப்பேன்!
ஆனால் அதில் என்ன சுவாரஸ்யம்
இருக்க போகிறது ?

எதுவும் நிரந்தரம் இல்லை என்பது
இந்த வாழ்வின் பொருள்
ஆனால் இது என்ன வேடிக்கை
என் வாழ்வு என் உலகம்
எப்போதும் உன் இடம் மட்டும்
நிரந்தரம் ஆகி போனது!

எனது வாழ்க்கையை எனதாக்கி
கொள்ளும் நேரம்
அதில் நீ வந்தாய்
சட்டென்று உனதாக்கிக் கொண்டாய்!

எப்படி இப்படி எல்லாம் செய்தாய்
எனக்கே தெரியாமல்
உனது அளவற்ற அன்பினால்
பூட்டிய என் மனதை உடைத்து
மனதிற்குள் புகுந்து
முற்றிலும் உனதாக்கிக் கொண்டாய்!

ஒன்றை மட்டும் தவிர!
என் இலட்சிய கனவு அதை மட்டும்
என்னிடம் கொடுத்துவிட்டு
மற்றனவயெல்லாம் உன்னிடம்
சேர்த்துக் கொண்டாய்!

மணிமேகலை

அன்பரசன்

கட்டளையிட யாருமில்லை இதுவரை
நீ சொல்லும் நிபந்தனையை
என்னை அறியாமல் ஏற்றுக்கொள்கிறேன்!

யார் எப்படி உன்னை காண்பார்களோ?
உன்னை எப்படி நடத்துவார்களோ?
எப்பொழுதும் அதை அறிய விரும்பவில்லை நான்!

ஏனெனில் நான் உன்னை நடத்தும் விதம்
அவர்கள் பொறாமை கொள்ளும்
அளவிற்கு இருக்ககூடும்!

இயற்கை அளித்த காதல் பரிசு நீ தான்!
உன்னை காதலிக்க சொன்னது
நம் அன்னை இயற்கை தான்!

இவள் தான் உன்னை ஆட்சி செய்யும்
உன் உலகம் உன் மகாராணி என்று
உன்னை தந்தாள் என்னிடம்!

நீ எனக்கு எப்பொழுதும் முக்கியம்
என் வாழ்வின் மறுபக்கமும் நீயே!

உன்னை சார்ந்தது எனது பயணம்
என் வாழ்வின் இறுதி வரை உன்னுடனான
உறவு தொடர வேண்டும்!

அன்பரசன்

அமிர்தம்

என் மனம் என்னும்
அவளுடைய தோட்டத்தில்
மூடிய பூக்கள் யாவும்
அவளுடைய ஆசைகளை
பாதுகாக்கும்
உடையா பூட்டுகள்!

பூவின் பூட்டை திறந்து அதன்
அமிர்தமாகிய
தேனை ரசித்து ருசித்து
குடிக்கும் பட்டாம்பூச்சி
போல
என் மனதிற்குள் பூட்டிட்டு அடி
ஆழத்தில் இருக்கும்
மகிழ்ச்சிகள்
அவளுடைய பெயரை
உச்சரிக்கும் போது
எல்லாம்

நீரின் மேல் விழுந்த
பூ போல்
அவளின் அன்பில்
தத்தளிக்கிறது!

நன்றியுரை

இப்புத்தகத்தில் பங்கு கொண்ட எழுத்தாளர் அனைவருக்கும்,
இவ்வாய்ப்பை உருவாக்கி கொடுத்த ஏலே
பப்ளிகேஷனுக்கும்,
என் செல்ல தங்கை அபிதா அவர்களுக்கும்,
எனது ரோஸாகளுக்கும்,
என் எழுத்தை புத்தகத்தில் காண ஆர்வம் கொண்டு காத்து
இருக்கும் என் செல்ல இளவரசிக்கும்,
என் அன்பின் அன்பிற்கும்!

நன்றி நம் நட்பிற்கு இல்லை
உங்கள் அனைவரின் நல்ல உள்ளத்திற்காக மட்டுமே!

www.ingramcontent.com/pod-product-compliance
Lightning Source LLC
LaVergne TN
LVHW051453170726
843492LV00002B/662